பாழ் மண்டபமொன்றின் வரைபடம்

கே. ஸ்டாலின்

பாழ் மண்டபமொன்றின் வரைபடம்
கே. ஸ்டாலின்

அட்டை வடிவமைப்பு
அசதா

முதற்பதிப்பு :
டிசம்பர் 2009

வெளியீடு
வம்சி புக்ஸ்,
19. டி.எம். சாரோன், திருவண்ணாமலை.
செல் : 9444867023, 9443222997

அச்சாக்கம்
விக்னேஷ் பிரிண்ட்ஸ்,
சென்னை.

விலை : ரூ. 50
ISBN 978-81-908193-0-5

படையல்

இளம் வயதில்
எங்களைப் பிரிந்த
நண்பன் ரமேஷின்
நினைவுகளுக்கு.

பயணவழிக்குறிப்புகளுக்கு பின்னர், சுமார் எட்டு ஆண்டுகள் கழித்து இந்த தொகுப்பு வெளிவருகிறது. ஒரு கவிதை என்பது எப்போதும் ஒரு கவிதை மட்டுமே அல்ல. அதையும் தாண்டி அதனால் நிகழ்த்தப்படும் புற அதிர்வுகள் மெல்ல, மெல்ல வாசக மனத்தில் ஒரு புதிய சூழலை உருவாக்கும் வல்லமை கொண்டதாக இருக்க வேண்டும். ஒவ்வொரு தனி மனிதனின் வாழ்வும் அவன் வாழும் சமூகத்தின் குறியீடாக அமைகிறது. இந்தக் குறியீட்டின் வெளிப்பாடாக தன்னியல்பில் பதிவு செய்யப்படும் அனுபவங்களே எனது கவிதைகளாகின்றன.

புற உலகிலிருந்து என்னை வந்தடையும் பல்வேறு அனுபவங்களிலிருந்து ஏதேனும் ஒரு கணத்தில் எனது மனம் தனது கவிதையை கண்டடைகிறது. புற உலகின் காலம்- அகாலம், சந்தோஷம் - துக்கம், மரணம் - வாழ்வு என எல்லா முரண்களையும் அதன் உச்சபட்ச சாத்தியப் பாடுகளுடன் பதிவு செய்யவே விரும்புகிறேன் - புற உலகத்தை எனக்குள் இருக்கும் அக உலகத்துடன் இணைக்கும் மெல்லிய இழையாகவே எனது கவிதைகளை அடையாளம் காண்கிறேன்.

இந்த சமயத்தில் சிலருக்கான நன்றிகளை இங்கே பதிவு செய்ய விரும்புகிறேன். கவிஞனாக இருப்பதைக் காட்டிலும் ஒரு கவிஞனாகவே என்னை வாழ வைத்துக் கொண்டிருக்கும் எனது மனைவி கல்பனாவிற்கும், எனது வாழ்வின் உன்னத தருணங்களை உருவாக்கி தந்து கொண்டிருக்கும் எனது செல்லங்கள் தூரிகை மற்றும் ஓவியாவிற்கும் எனது நன்றிகள்.

இந்த தொகுப்பு உருவாக்கத்தில் பெரு முயற்சி எடுத்துக் கொண்ட சல்லிகை நண்பர்கள் கண்டராதித்தன், அசதா, காலபைரவன், தாமரை பாரதி, இதனை அழகாக பதிப்பித்து வெளியிட்ட வம்சி பதிப்பகத்தாருக்கும் எனது நன்றிகளை இங்கு பதிவு செய்கிறேன்.

கே.ஸ்டாலின்
கள்ளிப்பாடி
திருவரங்கம் (அஞ்சல்)
சங்கராபுரம் (வட்டம்)
விழுப்புரம் மாவட்டம் 605 802
அலைபேசி : 9865075119

இழப்பின் வலியிலிருந்தும் ஈடு செய்ய முடியாத

வெற்று வெளியிலிருந்தும்...

ஸ்டாலினின் பெரும்பாலான கவிதைகளை அவை எழுதப்பட்ட காலகட்டங்களிலேயே வாசிக்கும் வாய்ப்பு எனக்கு கிடைத்திருக்கிறது.

பெரும்பாலான கவிதைகள் இழப்பின் வலியிலிருந்தும் அவை தந்து செல்லும் ஈடு செய்ய முடியாத வெற்று வெளியிலிருந்தும் உருக்கொள்கின்றன.

இவரின் தோட்டங்களில் மழைக்காலத்தில் இழந்த காதலியின் உள்ளங்கைகள் வெண்காளான்களென பூத்துக்கிடக்கின்றது.

பயண வழிக் குறிப்புகளைப் போலவே நித்யா வந்து போகிறாள் இம்முறை மருதாணி பூசிய விரல்களோடு, பிணம் தின்னும் தேவதையாய், பேச மறுக்கும் தோழியாய்.

வாசிக்கும் நாம் நம் நித்யாக்களின் நினைவில் ஆழ்கிறோம் அல்லது நித்யாக்களை தேடிப் போகிறோம்.

இன்னொரு கவிதையில் வெற்றுத் தூளியை ஆட்டும் காற்று குழந்தை இருப்பதாய் பாவனை செய்கிறது குழந்தை இறந்து போன வீட்டின் சித்திரம் நம்முன் தோன்றி மறைகிறது ஒரு கணம்.

நெருக்கடி மிகுந்த வாழ்வில் ஏதோ ஒரு கணத்தில் நாம் எல்லோருமே மலையுச்சியிலிருந்து நழுவும் பிடிமானம் இழந்த கல்லாக இருக்க நேர்கிறது.

நசுங்கிய பூக்களும் புழுக்களும் நம்மை தூங்காமல் செய்யும் கொடுங் கனவுகளாக வந்து போகின்றன.

மாறிக்கொண்டிருக்கும் வாழ்வில் மாற்றத்தின் அடையாளமாக அல்லது ஒரு சிதைவின் அடையாளமாக எல்லா ஊர்களிலும் இருக்கும் கணேஷ் தியேட்டர், வசந்த பாலனின் வெயில் திரைப்படத்தை நினைவூட்டுகிறது. (கவிதை திரைப்படம் வெளியாவதற்கு சில காலம் முன்பே எழுதப்பட்டது).

பெண் வெவ்வேறு வடிவங்களில் தொகுப்பின் பெரும்பாலான கவிதைகளில் வந்து போகிறாள் காற்றின் எதிர் திசையில் நடந்து செல்லும் ஒரு பெண் பிரபஞ்சத்தை நேசிக்கச் செய்யும் மனசையும் ஒரு அழகான கவிதையையும் ஸ்டாலினுக்கு தந்து செல்கிறாள்.

வழி தவறியேனும் இவர் வந்தடையும் பெண் பெருமழை பொழியும் அடர் வனமொன்றில் இருக்கிறாள்.

நீயும் நானும் முரண்படும் தருணமொன்றில் எனத்தொடங்கும் கவிதை தொகுப்பின் ஆகச் சிறந்த கவிதை எனத்தோன்றுகிறது. எல்லோரும் இறந்துபோன குடும்பத்தில் காப்பாற்றப்பட்டு அனாதையாக்கப்பட்ட சிறுமியை நாம் என்ன செய்ய போகிறோம்?

க. எழில்

சுழன்றடிக்கும் பெருங்காற்றில்
பழங்களை
உதிர்த்துக் கொண்டிருக்கிறது
சாலையோர புளிய மரம்
வாகனங்கள் கடக்கா இடைவெளிகளில்
ஓடிச்சென்று பொறுக்குகிறாள் சிறுமி.
பழங்கள் உதிர்வதற்கும்
ஒரு வாகனம் கடப்பதற்குமான
இடைவெளிகளில்
உருகி ஓடிக் கொண்டிருக்கிறது
அவளது பிரார்த்தனை.

பாழ் மண்டபமொன்றின் வரைபடம்   கே. ஸ்டாலின்

அப்பாவை எவ்வளவு பிடிக்கும்
என்ற கேள்விக்கு
நிறுத்தல் முகத்தல் அளவைகளின்
எல்லை கடந்து
இரு கைகளையும் பின்புறம் இணைத்து
இவ்ளோ என்கிறாள்.
இவ்வுலகம் சிறு கோலி குண்டென
அவள் முன் சுழல
அதில் மெல்ல நான்
தொலைந்து போகிறேன்.

பாழ் மண்டபமொன்றின் வரைபடம்   கே. ஸ்டாலின்

குழந்தைகளைக் குளிப்பாட்டும் விரல்கள்

குழந்தைகளைக்
குளிப்பாட்டும் விரல்கள்
எப்போதும்
சொர்க்கத்தின் சாவிகளை
சுழற்றியபடியிருக்கின்றன.

பூத்தொடுப்பதும்
குழந்தைகளைக்
குளிப்பாட்டுவதும் ஒன்றுதான்
இரண்டிற்குப் பின்னரும்
விரல்கள் வாசம் பெறுகின்றன.

பாழ் மண்டபமொன்றின் வரைபடம்   கே. ஸ்டாலின்

வன்முறைக்குப் பழகிய
விரல்களை
குழந்தைகளின் மென் தேகம்
மெல்ல மெல்ல
மிருதுவாக்கி விடுகிறது.

கூச்சத்தின்
முதல் கீற்று விழும் வேளை
மறுதலிக்கும் குழந்தைகளுக்கு
உங்கள் விரல்கள்
உடைந்த
விளையாட்டு பொம்மைகளாகின்றன.

ஆற்றில்
தானே குளிக்கும் குழந்தைகள்
எந்த விரல்களையும்
யாசிப்பதில்லை
அவர்களைத்
தழுவிச் செல்லும் தண்ணீர்
தூரத்தில்
துணி துவைத்துக் கொண்டிருக்கும்
மலடி ஒருத்தியின்
விரல்களை
குளிப்பாட்டிச் செல்கிறது.

(அக நாழிகை)

பாழ் மண்டபமொன்றின் வரைபடம்   கே. ஸ்டாலின்

குழந்தையெனும் சிருஷ்டி

சிறுவர் இதழ் ஒன்றில்
வரிசைப்படியான எண்களை
இணைத்து
ஒட்டகம் ஒன்றை
உருவாக்கிக்கொண்டிருந்தாள்
எனது மகள்
தலையின் மேற்புறம்
உடலின் மேற்புறம்
பின்னங்கால்களென வந்தவள்
அப்படியே
அயர்ச்சியில் உறங்கிப் போனாள்
அவள் கனவுகளில் விரியும்
பாலைவனம் கடந்து
விழித்தெழும் வரை
குற்றுயிரும்
கொலையுயிருமாய்
பேப்பரில் படபடத்துக்கொண்டிருக்கும்
ஒட்டகம்

(ஆனந்த விகடன்)

பாழ் மண்டபமொன்றின் வரைபடம்   கே. ஸ்டாலின்

இல்லையென்று பதிலளிக்கும்
எல்லோர் வீட்டின் வாசலிலும்
தூக்கங்களைக் களவு கொள்ளும்
கனவொன்றை
விட்டுச் செல்கிறார்
தொலைந்து போன மகனை
நள்ளிரவில்
தேடியலையும் அப்பா

பாழ் மண்டபமொன்றின் வரைபடம்   கே. ஸ்டாலின்

மழையும் மழை சார்ந்த நாட்களும்

மழை நாளின் ஈரக்காற்று
எப்போதும் கொண்டு வருகிறது
உனது நினைவையும் சேர்த்து

மழை தாங்கிய மரம்
சொட்டும் நீரென
தடை தாண்டி தெறிக்கிறாய்
என்னுள்ளே

பாழ் மண்டபமொன்றின் வரைபடம்   கே. ஸ்டாலின்

நடுநிசி தவளைக் கத்தலென
பயமூட்டுகிறது
நீ தந்து சென்ற துக்கம்

உன் பாதங்கள் சுமந்த
என் தோட்டங்களிலெல்லாம்
வெண் காளான்களென
பூத்துக் கிடக்கிறது
உன் உள்ளங்கைகள்

மூடிய உன் இமைகளைச்
சுமந்து செல்கின்றன
நீர்கொண்டேகும் நத்தைகள்

நீர் ஊறிய நிலமென
உன் நினைவூறிக் குளிரெடுக்கும்
என் மனம் போர்த்த
இடியோசைகளுக்கு செவி மூடிய
உன் மென்விரல்கள்
கிடைக்குமெனில்
இந்த மழைநாளை
எந்தச் சிரமமுமின்றி
என்னால் கடக்க முடியும்.

(சுந்தர சுகன்)

பாழ் மண்டபமொன்றின் வரைபடம்　　　　　கே. ஸ்டாலின்

உனது சந்திப்பிற்கென
விதிக்கப்பட்ட கணம்
எனது கடிகார முள்ளின்
எத்தனையாவது சுற்றலில்
உறைந்திருக்கிறதென்பதை
நானறியேன்

நிச்சயிக்கப்படாத நிகழ்வென்பதால்
எந்தப் பக்கமிருந்தும் நீ
வெளிப்படக்கூடிய சாத்தியப்பாட்டில்
எனது திசைகளை சதா மாற்றி
களைப்புறுகிறேன்

பாழ் மண்டபமொன்றின் வரைபடம்   கே. ஸ்டாலின்

விருப்பமின்றியே யாரையும்
உள்வாங்கிக் கொண்டிருக்கிறது
உனக்கென பிரத்தியேகமாக
வடிவமைக்கப்பட்ட
எனது வரவேற்பறை இருக்கை

உனது அழைப்பு மணிக்கென
அதிரக் காத்திருக்கிறது
எனது இல்லத்தின்
நிசப்தச் செவிப்பறை

உனது சுவாசத்தின்
அண்மையுணர்ந்தே
உயிர்பெறக் காத்திருக்கும்
எனது அறையின்
மூலையொன்றில்தான்
உன்னை உபசரிக்கவென
என்னால் கொல்லப்படவிருக்கும்
இரு கோழிக் குஞ்சுகள்
உனது வருகை நிகழ்ந்துவிடக்கூடாதென
பிரார்த்தித்தபடியிருக்கின்றன.

பாழ் மண்டபமொன்றின் வரைபடம் கே. ஸ்டாலின்

நீயாக அளித்தது தவிர
உன்னிடமிருந்து திரும்பப்
பெறப்பட்டவைகளாலும்தான்
நான் நிரப்பப்பட்டுள்ளேன்

எல்லாவற்றுக்கும் பதிலாய்
எதையாவது ஒன்றைத்
தந்துவிட முடியுமெனில்
எனக்கு பதிலாக
உன்னால்
என்ன தந்துவிட முடியும்?

பாழ் மண்டபமொன்றின் வரைபடம்   கே. ஸ்டாலின்

தூரங்களின் பண்புகளைப்
பரிகசித்து
உன்னை என்னுடன்
இணைத்தபடி
பெய்துகொண்டிருக்கிறது
மழை
என்றாலும்-
சாரல்களுக்கிடையேயான
இடைவெளி குறித்து
கவலையுற்றிருக்கிறேன் நான்.

உள்ளிழுத்தழித்த
உன் பெயர் சொல்லியே
அரற்றிக் கொண்டிருக்கிறது
கரைக்கும் கடலுக்குமாய்
என் அலை.

(சுந்தர சுகன்)

பாழ் மண்டபமொன்றின் வரைபடம்   கே. ஸ்டாலின்

யாத்திரை

பயணம் நிறைவுற்றதாய்
அறிவித்தது
வந்துவிட்ட நிறுத்தம்

மனிதர்கள் விலக்கி
இறங்கிவிட்டேன்

பேருந்தின் மேல் கம்பியை
பிடித்து வந்த
அழகான மருதாணி
விரல்களுக்குரிய முகம் தேடி
தவிப்பும் துக்கமுமாய்
பயணித்தபடியிருக்கும்
பேருந்திலேயே
விட்டு வந்த
எனது பார்வை
(நித்யாவிற்கு)

(சுந்தர சுகன்)

பாழ் மண்டபமொன்றின் வரைபடம்   கே. ஸ்டாலின்

பிரிவின் வெளியில்

வில்லிலிருந்து
புறப்பட்ட அம்பென
சட்டென நிகழ்ந்துவிடவில்லைதான்
நாணிழுத்துக் கட்டிய
உன் விரல்களின் வன்மம் குறித்து
நான் அறிந்தே இருந்தேன்
எனது ஆடைகளுக்குள்
ஒளித்து வைத்திருந்த
கவசங்கள் பற்றி
நீயறிய வாய்ப்பில்லை
நிராகரிப்புகளும்
மன்றாடுதல்களும்
வெறும் மௌனங்களால் மட்டுமே
பரிமாறிக்கொள்ளப்பட
கூடடையும் பறவையின்
ஓய்வுக்கான ஒத்திகையாய்
மிக மெலிதாக
கேட்கத் துவங்கியிருக்கிறது
நம் சிநேகம்
முறியும் சப்தம்.

(குமுதம் தீபாவளி ஸ்பெஷல் -2001)

சுழிமையம் நோக்கி

எனது அத்தனை
அவயவங்களின்
சந்தோஷங்களையும்
காவு கொள்கிறது
கண்கள் வழி கடத்தப்படும்
உனது வனப்பெனும் இம்சை

தனிமையில் வெம்மையுற்று
அகண்டிருக்கும்
என் பிரபஞ்சத்தை
உயிர்ப்பிக்கப் போதவில்லை-
நேசம் கொண்டு தந்தவற்றில்
ஒட்டி வந்த உன் வாசம்
கானகத்தின்
அடரிருளகற்ற
போதுமானவையாக
இருப்பதில்லைதான்-
முதுகில் மட்டும் ஒளி சுமக்கும்
மின்மினிப் பூச்சிகள்

அசைவின்மை நோக்கி
அசைந்தபடியிருக்கிறது
நீ எழுந்து சென்ற பின்னும்
உன்னைச் சுமந்திருந்த ஊஞ்சல்

பாழ் மண்டபமொன்றின் வரைபடம்   கே. ஸ்டாலின்

டிஷ் ஆன்டெனா நிழலில் எங்கள் கிராமம்

அருகி வரும் வேம்பின்
அறையப்பட்ட
ஆணி முனைகளில்
காற்றிலாடும் தலைமுடி
உடல் தேடி அலையும்

நீரோடிய நதிப் பரப்பு
கள்ளக் காதலர்களுக்கென
மடிவிரித்து வற்றியிருக்கும்

பாழ் மண்டபமொன்றின் வரைபடம்   கே. ஸ்டாலின்

வாய்மொழி திசைகளின்
வகையறியா இளைஞர்கள்
தொலைக்காட்சியின்
துல்லியமான அலைவரிசைக்கு
திருப்புவர் டிஷ் ஆன்டெனாவை

தேநீர்க் கடை முகப்புகளில்
சுகாதார மெருகூட்டி
தொங்கவிடப்பட்டிருக்கும்
நவீன தீண்டாமையாய்
பிளாஸ்டிக் குவளைகள்

அடுத்த காலையின்
முதல் பேருந்து வரும் வரை
வழிபடத் துணையற்றிருக்கும்
நெடுஞ்சாலையோர அய்யனார்
ஊர் காத்தது போதுமென
நடு இரவில்
யாரையேனும் புணர
எழுந்து போயிருக்கக் கூடும்

(சுந்தர சுகன்)

பாழ் மண்டபமொன்றின் வரைபடம்   கே. ஸ்டாலின்

நீ நடந்து வருகிறாய்
உனது
அழகு முகம் கொண்டு
அடைபடக் காத்திருக்கும்
நேர் கோட்டு
வெற்றிடங்களெல்லாம்
கனவெளிகளில்
பூச்சொரிகின்றன.

பாழ் மண்டபமொன்றின் வரைபடம்   கே. ஸ்டாலின்

மறைவிலிருந்து வெளிப்படும் ரகசியம்

உனக்கிசைவானதென
ஏதுமற்றதென் நினைவெளியில்
விளிம்புகள் வரை
விரிந்திருந்தவுன் சிறகொடிந்து வீழவும்
கரைமோதிக் காணாமல் போகும்
மென்னீர் வளையங்களெனவும்
மையம் நோக்கிக் குவியும்
தொட்டாற் சுருங்கியெனவும்
உள்ளொடுங்குகிறாய்.
பின்னொரு பொழுதில்
புறத்தூண்டல் ஏதுமற்ற
எனதவதானத்தின் போது
சிதறியிருக்கும் asteroid-கள்
ஒன்றிணைந்து
புத்துரு கொண்ட புது கிரகமெனவும்
தவிர்க்கவியலா திருப்பமொன்றில்
எதிர்ப்படும்
இணையற்ற அற்புதமெனவும்
இலையிதழ் விரித்து
மலர்ந்திருக்கிறாய்
காவலுக்கென
நான் நிறுத்தியிருந்த
காலத்தையும்
காற்றையும்
கடந்து.

முடிவிலி

வார்த்தை உருவாக்கப் போட்டியில்
பங்கு கொள்ளும்
பள்ளிச் சிறுமியின்
பதற்றத்துடனிருக்கிறேன் நான்.
அவிழ்க்கவியலாப் புதிரொன்றை
புன்னகையில் தேக்கி
எழுத்துக்களைப்
பிரசவித்தபடியிருக்கிறாய் நீ.
உனது பிரசவ உதிரத்தின் பிசுபிசுப்புடன்

பாழ் மண்டபமொன்றின் வரைபடம்   கே. ஸ்டாலின்

வார்த்தைகளை ஒன்றிணைப்பது
வெகு சிரமமாயிருக்கிறது எனக்கு
ஒன்றிணையா எழுத்துக்களின்
அர்த்தமற்ற முதல் அழுகையில்
குதூகலித்தபடி நீ
குழப்பமாக நான்
எனது உச்சபட்ச இயலாமையில்
உன்னைக் கருவுறுத்திய
மொழியை சபித்தபடி நானிருக்க
அதன் லிபிகளில் மயங்கி
கனவுலகில் லயித்திருக்கிறாய் நீ.
எந்த மொழிகளுக்குள்ளும்
அர்த்தப்பட்டுவிடாத
நெடிய வார்த்தையாய்
எனது சொல்லடுக்கு நீட்சியுற
ஒரு முற்றுப் புள்ளியை ஜனித்து
நீதான் இவ்விளையாட்டை
முடித்து வைக்கவேண்டும்.

(புது எழுத்து)

பாழ் மண்டபமொன்றின் வரைபடம்   கே. ஸ்டாலின்

பாழ் மண்டபமொன்றின் வரைபடம்

துக்கவெளியில்
நிர்மாணிக்கப்பட்டிருக்கிறது
துயரங்களாலான
பாழ் மண்டபம்
திறந்தேயிருக்கும்
அறைகள் வழி புகுந்து
தன்னையே தேடிக்
கண்டடைகிறது காற்று
காலத்தைத் தின்ற
எச்சத்தின் வழி
இணைக்கப்பட்டிருக்கின்றன
சுவர்கள்
மண்தின்ற பிணங்கள் மீது
ஆளற்று வீற்றிருக்கிறது
சோபையிழந்த சிம்மாசனம்

பாழ் மண்டபமொன்றின் வரைபடம்   கே. ஸ்டாலின்

அறுபட்ட சிரசுகளால்
நிரம்பியுள்ள தோட்டங்கள்
அரளிகளைப் பூத்தெடுக்கின்றன
அமானுஷ்யத்தின் நடனத்தில்
சப்திக்கின்றன சருகுகள்
என்றோ உதிர்ந்த
புறாக்களின் சிறகு கண்டு
பொறாமையுறுகின்றன ஆந்தைகள்
சாத்தான்களுக்குக் காவலிருக்கின்றன
உயிர்த்திரவம் குடித்து வளர்ந்த
சப்பாத்திக் கள்ளிகள்
எப்போதாவது
வௌவால்களின்
சிறகு நுனியில்
ஒட்டி வரும் உனது
குரல் கேட்கும்
கணங்கள் தோறும்
நவீனமாகிறது
தொன்மங்களால்
ஜீவித்திருக்கும்
இப்பாழ் மண்டபம்.

(இந்தியா டுடே-இலக்கிய ஆண்டு மலர் 2002)

அதீதத்தின் முடிவில்

அதீதத்தின் கருப்பையிலிருந்து
நிதர்சனத்தின் மிகச் சாதாரண உலகிற்குள்
வெளித்தள்ளப்பட்டிருக்கிறாய் நீ
நிகழ்கால நித்தியத்தின்
ஆணிவேர்களெல்லாம் அறுபட
ஸ்தாபிக்கிறாய் உனக்கான கூரையை
நீண்ட போரின் இறுதியில்
சாதாரண சிப்பாய்களை
வெட்டித்தள்ளும் மாவீரனென
வெகு எளிதாக முன்னேறுகிறாய் நீ
இதுநாள் வரை உன்னதமென
கற்பிதம் செய்யப்பட்டவையெல்லாம்

பாழ் மண்டபமொன்றின் வரைபடம்   கே. ஸ்டாலின்

உன்னிடம் வசமிழக்கின்றன
உன் புன்னகை வெளிச்சம்
எதிர்கொண்ட விழிகளுக்கெல்லாம்
இருளடைகிறது இவ்வுலகம்
எல்லைகளும் வரம்புகளும்
அழிந்து போக
எங்கும் நிறைகிறாய் நீ
அதீதத்தின்
அத்தனை அஸ்திரங்களையும்
எய்து முடித்தபின்-உனது
அம்பறாத் தூணிகளைக் கழற்றி எறியும் வேளை
ஏதுமற்ற இவ்வுலகில்
எவற்றையும்விட வெகு சாதாரணமாய்
நிலைத்திருக்கக்கூடும்
நீ மட்டும் தனித்து.

பாழ் மண்டபமொன்றின் வரைபடம்   கே. ஸ்டாலின்

நகர் உலா

நிர்மாணித்தலுக்கு முன்
ஒற்றைக் குடிசையிலிருந்து வந்த
முதல் குழந்தையின்
ஆதி அழுகை
ஒவ்வொரு இரவின் போதும்
இருளாய்க் கவிகிறது
நகரத்தின் மீது
இரவுநேர விடுதிகளின்
கடைசி விளக்கும்
அணைக்கப்படும்போது
மெல்லத் தனது கண்ணிகளை
அவிழ்த்துக் கொள்கிறது நகரம்
காற்றலையும் தனது வீதிகளில்
பயணிக்கிறது
சோடியம் விளக்குகளின்
மஞ்சள் ஒளியில்-தன்னை
வேறுருவாய்க் கண்டு
திடுக்கிடுகிறது
விபத்து நடந்த இடங்களில்
உயிர் தடுக்கி சுதாரிக்கிறது
குற்றங்கள் நிகழும்
இருள் சூழ்ந்த முனைகளெங்கும்
நின்றழுகிறது
வீதியோர பைத்தியங்களின்
இரவு நேர உளறல்களில்
தான் சபிக்கப்படுவதை

பாழ் மண்டபமொன்றின் வரைபடம்   கே. ஸ்டாலின்

உணர்கிறது
கடைசிப் பேருந்தையும் தவறவிட்ட
உதிரிப் பயணிகளுடன்
சற்றே இளைப்பாறுகிறது
பூங்காக்களின்
புல் நுனியில் உறைந்திருக்கும்
காதலர்களின்
காதல் மொழி கண்டு
வெட்கித் திரும்புகிறது

நதியோரங்களில்
சிதறியிருக்கும்
ஆணுறைகளின் வழியே
தன் பின்புறம் கண்டு
அதிர்கிறது.
தனது நிர்வாணம்
முழுமையையும்
தானே தரிசித்து முடிக்கும் வேளை
சூரியனின் முதல் கிரணம்
முகத்தில் விழுகிறது
மக்கள் விழிக்கிறார்கள்
கண்ணிகளைப் பூட்டிக்கொண்டு
நித்திரைக்குச் செல்கிறது
நித்தமும் நகரம்.

(சுந்தர சுகன்)

பாழ் மண்டபமொன்றின் வரைபடம்   கே. ஸ்டாலின்

எல்லையற்ற
மகிழ்ச்சியின்மைக்கு
மத்தியில்தான்
உனது
நிராகரிப்புகளும்
பொருட்படுத்தாமைகளும்
தொடர்கின்றனவென்பதை
அறிந்தே இருந்தாலும்
தேவதைகள்
பிணம் தின்கின்றனவென்ற
உண்மையை
ஒப்புக் கொள்ள முடியவில்லை
நித்யா.

பாழ் மண்டபமொன்றின் வரைபடம்   கே. ஸ்டாலின்

உனக்கான இடைவெளிகளில்...

உனது வருகை
நிகழ்வதற்கும்
நிகழாமல் போவதற்குமான
இடைவெளியில்
நல்ல செய்தியுடன்
ஒரு குறிசொல்லி
என் வாசல் கடந்து போகிறாள்

உனது விழிப்பிற்கும்
உறக்கத்திற்குமான
இடைவெளியில்
ஒரு கிரகணம்
பூமியைத் தழுவிச் செல்கிறது

பாழ் மண்டபமொன்றின் வரைபடம்   கே. ஸ்டாலின்

உனது புன்னகைக்கும்
அழுகைக்குமான
இடைவெளியில்
பள்ளத்தாக்குகளைக் கடந்து
ஒரு நதி
சமவெளியடைகிறது

உனது தீண்டலுக்கும்
தீண்டாமைக்குமான
இடைவெளியில்
தொப்புள் கொடியறுத்து
சிசுவொன்று
தாயிடமிருந்து பிரிக்கப்படுகிறது

இறுதியாக-
உன்னைப் பார்ப்பதற்கும்
பார்க்காமல் போவதற்குமான
இடைவெளியில்
உயிரற்று
உறைகிறது காலம்

(தீராநதி)

பாழ் மண்டபமொன்றின் வரைபடம்　　　　கே. ஸ்டாலின்

உனது அழைப்பில்லா எனது தொலைபேசி

உனது தொலைபேசி அழைப்பில்லா
நாட்களிலெல்லாம்
ஆளற்ற வனாந்திரங்களில்
தனித்து விடப்படுகிறேன் நான்

உனது மென்குரலுக்கு ஈடென
கைகளில் உதிரம் கசிய
முட்புதர்களிடையே
சிறகு சேகரிக்கிறேன்
படரத் துடிக்கும்
காட்டுக் கொடிகளையெல்லாம்
தந்திக் கம்பிகளாய் பாவித்து
முனைகளில்
உன் குரல் கசியக்கூடுமென
காத்துக் கிடக்கிறேன்

பாழ் மண்டபமொன்றின் வரைபடம்   கே. ஸ்டாலின்

தொலைவிலிருந்து
உன் குரல் சுமந்து வரும் காற்றலைகள்
இவ்வனத்தையும்
கடக்கக் கூடுமெனில்
எல்லா இலைநுனிகளும்
பூக்களாகும்

உனது அழைப்பில்லா
எனது தொலைபேசியின் உபயோகமென
பயனற்றுப் பெய்கிறது
இக்காட்டில் மழை

இருள் சூழும் முன்
இச்சிக்கலான
கொடிவழிப் பாதை கடந்து
என் கூடடைய வேண்டும்
சீக்கிரமே
பேசிவிடு நித்யா.

(சுந்தர சுகன்)

நீ நீங்கிய பொழுதுகளில்

நீ நீங்கிய பொழுதுகளில்
எனைக் கடந்த சில
ஊனமுற்ற கணங்களை
சேகரிக்க முயல்கிறேன்

இரவு பெய்த மழையில்
உன் பார்வைகளின் தண்மையை
என் கூரைமேல் வேய்ந்து
நனைந்தபடி புலர்ந்த
சில ஈரக் காலைகள்

பாழ் மண்டபமொன்றின் வரைபடம்   கே. ஸ்டாலின்

எப்போதோ நீ வீசிய
இரக்கமற்ற கொடுஞ்சொற்களை
தகிக்கும் தண்டவாளங்கள்
மேல் பரப்பி
வியர்வை கசியக் கடந்த
சில பகல் வேளைகள்

தேர்வு அறையின்
கண்காணிப்பாளனாக
எல்லோரிடமும்
உனது சாயல் கொண்ட
எழுத்தைத் தேடி
சலித்த மதியங்கள்

மேய்ச்சல் திரும்பிய
கால்நடைகளின்
ஒழுங்கற்ற காலடி ஓசைகளிடையே
உனதிருப்பை
மீட்டபடியிருக்கும்
சில மாலை வேளைகள்

கருவறையின்
இருளுக்குப் பழகிய
குழந்தையாய்
சுற்றியிருக்கும் உனது
சலனங்களுக்கிடையேயும்

பாழ் மண்டபமொன்றின் வரைபடம்

கே. ஸ்டாலின்

நித்தமும் என்னை
உறங்க வைக்கும்
எனதறையின்
எல்லா இரவுகளும்.

நமது சந்திப்பு
நிகழப் போகும்
அற்புத கணத்தின் போது
உதிக்கப் போகும்
சூரியனுக்கடியில்
இத்தனையும்
பொத்தி வைத்துள்ளேன்
உனது காலடியில்
ஜனிக்கவென
இன்னமும் உருகாமலிருக்கின்றன
இந்தப் பொழுதுகள்.

◈

பாழ் மண்டபமொன்றின் வரைபடம் கே. ஸ்டாலின்

கணேஷ் தியேட்டர்

எத்தனையோ
நிழல் திருமணங்கள் நடந்த
திரையிருந்த இடம்தான்
மணமேடையாம்

வயல் வெளிகளுக்கு
அடுத்தபடியாய்
எங்கள் கிராமத்தின்
வாலிபக் காதல்களை
வளர்த்தெடுத்த இடம்

எம்ஜியாரோ - சிவாஜியோ
ரஜினியோ - கமலோ அல்ல
அறுத்து அறுத்து படம் ஓட்டிய
ஆபரேட்டரை அடித்துத் துவைத்து
அன்புவின் அப்பா ஹீரோவானது
இங்குதான்

போஸ்டர் ஒட்ட வந்தவனிடம்
பசை கடன் வாங்கி
எங்கள் ஊர் சிறுவர்கள்
இனி -
புத்தகம் ஒட்ட முடியாது

ரெண்டாவது ஆட்டம்
ரெக்கார்டு போட்ட பின்பு
தண்ணி கட்டச் செல்லும்

பாழ் மண்டபமொன்றின் வரைபடம்   கே. ஸ்டாலின்

முனியன்
எழுப்ப ஆளின்றி
மோட்டார் கரண்ட் மறந்து
ஆழ்ந்து உறங்குகிறான்

இப்போது
ஓட்டலில் வேலை செய்யும்
முறுக்கு வடை விற்ற
ராமகிருஷ்ணனும்
சைக்கிளுக்கு
சிகரெட் அட்டை கொடுத்த
லாரி கிளீனர்
ஏழுமலையும்
எப்போதாவது
சந்தித்துக் கொள்ளும்போது
ஓசியில் பார்த்த
சினிமாக்கள் பற்றி
கதைப்பார்கள்
அப்போது மட்டும்
சுற்றுப் புறமெங்கும் இருள் சூழ
அவர்களுக்கிடையே
ஓட ஆரம்பிக்கும்
தொலைக்காட்சி
சீரியல்களுக்கு மத்தியில்
சிதைந்து போய்
கல்யாண மண்டபமாகிப் போன
எங்களூர் கணேஷ் தியேட்டர்

(சுந்தர சுகன்)

பாழ் மண்டபமொன்றின் வரைபடம்   கே. ஸ்டாலின்

ரகசிய தரிசனம்

உனது நினைவு தப்பிய தருணமொன்றில்
நீயின்றி
உன் ரகசியத்தில் பிரவேசித்தேன்
நெடு நாட்களாய்
பொத்திவைத்திருக்க வேண்டும் நீ
மூச்சையடைக்கும் அதன்
புராதன வாசத்திற்கிடையேதான்
கண்ணுற முடிந்தது
பூக்களைப் பிரசவிக்கும்
உன் ஆயுதங்களின் வேர்களை
எந்தச் செவிகளின் அண்மையிலும்
கிசுகிசுக்கப்படாததால்
மொழி குறித்த பிரக்ஞையற்று
ஊமையாயிருந்தது
வெளியில் நீ நிகழ்த்தும்
பாவனைகளுக்கு
நேரெதிராய் இருந்தது
அதன் சைகைகள்

<small>பாழ் மண்டபமொன்றின் வரைபடம்</small>　　　　　<small>கே. ஸ்டாலின்</small>

உன்னைச் சூழ்ந்துள்ள இருளகற்ற
நீ உலவ விடும் நிலவின் ஒளியை
உனது ரகசியத்தின்
ஆதிச் சூரியன்தான் அளித்தபடியிருக்கிறது
நீ பூட்டியிருந்த
விலங்குகளூடேதான்
உனது காற்றடிக்கும் திசைக்கு
எதிர் திசையில்
பயிற்ச்சித்திருந்தது
உனது இறுகிய
நிலம் பிளந்து வெளியேற
ஒரு மழை போதுமென
இறைஞ்சுகிறது
அதன் கோரிக்கைகளில்
யாதொன்றையும்
நிறைவேற்றவியலா நான்
வெளியேறும் கடைசி நொடியில்
உனது ரகசியத்தை
சற்றே இடம் மாற்றி வைத்தேன்
இதுவரை
உனதாயிருந்த ரகசியம்
இனி
எனக்குமானது என்ற
ஆசுவாசத்துடன்.

ஒரு சந்திப்பிற்குப் பின்

ஒரு குழந்தையின்
மெல்லிய அடிவயிற்றை
முத்தமிடும் போதெல்லாம்
உனைச் சந்தித்த கணங்கள்
மீள் திரும்பும்
அதன்பின்
எனக்குள் விரிந்து பரவும்
கருணையின் எல்லையின்மையில்
சிறு பறவையென
காணாமல் போவேன்
எனது குரூரத்தின்

கொலை வாளெங்கும்
உறைந்த உதிரம்
கழுவப்படும்
சட்டென பிரவகிக்கும்
இரக்கத்தின் ஊற்றால்
இனி-
எதிரிகளை மன்னித்தல்
இயல்பாகும் எனக்கு
இப்போதைக்கு
நெடுஞ்சாலையோரத்தில்
பழுதான வாகனத்துடன்
நிற்கும் ஒருவருக்கு
உதவிடக் கூடுமெனில்
உனைச் சந்தித்துத்
திரும்பும் இப்பயணம்
மேலும்
இனிதாகக் கூடும் எனக்கு.

(சுந்தர சுகன்)

பாழ் மண்டபமொன்றின் வரைபடம்   கே. ஸ்டாலின்

வளர்ந்த குழந்தைகளைப்
பார்த்தபடியிருக்கும்
உடைந்த பொம்மைகளின்
இமையா விழிகளில்
உறைந்திருக்கும்
நிராகரிப்பின் வலி

பூங்காக்களோடும்
கடற்கரைகளோடும் சேர்ந்து
நகரங்களை
அழகூட்டிக் கொண்டிருக்கும்
புறநகரில்
இறைந்திருக்கும்
பயன்படுத்தப்பட்ட
ஆணுறைகளும்
நாப்கின்களும்

குடமுழுக்கு
செய்வதெற்கென
ஒரே நேரத்தில்
துரத்தப்படுகின்றன
பிரகாரங்களிலிருந்து வெளவால்களும்
கோபுரங்களிலிருந்து புறாக்களும்

குழந்தை இருப்பதாய்
பாவனை காட்டி
வெற்றுத் தூளியை
ஆட்டிக் கொண்டிருக்கிறது
காற்று.

பாழ் மண்டபமொன்றின் வரைபடம்   கே. ஸ்டாலின்

பூக்களின் அழுகையைப்
புறக்கணித்துதான்
உனக்கான தேனை
சேமிக்கிறேன்

உனக்கென
தேர்ந்தெடுக்கப்படாத
வார்த்தைகள் எல்லாம்
வரலாற்றில் பிழையெனக்
கொள்ளப்படும்
அபாயமுள்ளதென
மொழி முறையிடுகிறது

நமது சந்திப்பு நிகழ்ந்த
அற்புத பொழுதுகளை
உறிஞ்சிய சூரியன்
எந்தச் சிப்பிக்குள்ளோ

பாழ் மண்டபமொன்றின் வரைபடம்   கே. ஸ்டாலின்

மழையென
தூவியிருக்குமென்ற
நம்பிக்கையில்
கடற்கரையெங்கும்
சிப்பி சேகரிக்கிறேன்

உனது அண்மையுணர்வதற்கும்
மழையில் நனைவதற்குமான
இடைவெளியற்றதால்
மழையில் நனையுமென் ஆவலை
மறுதலித்து
குடையின் கீழ் கடக்கிறேன்
எல்லா மழை நாட்களையும்

பிடிமானமிழந்த
கல் ஒன்று
மலையுச்சியிலிருந்து
கீழ் நோக்கி வருகிறது
எதிர்ப்படும்
புழுக்களையும்
பூச்சிகளையும்
நசுக்கியபடி.

(சுந்தர சுகன்)

பாழ் மண்டபமொன்றின் வரைபடம்   கே. ஸ்டாலின்

மரணச் செய்தியொன்றை எதிர்கொள்வது எப்படி?

அன்பிற்குரியவரின்
மரணச் செய்தியொன்றை
எதிர்கொள்வது எப்படி

தொலைபேசி வழி
வந்து சேருமெனில்
தவறான அழைப்பென்ற
நம்பிக்கையிருக்கும்
போய்ச் சேரும் வரை

கணிப்பொறியில்
தட்டச்சு செய்த
தந்திக் காகிதமெனில்
பதற்றமின்றிக்
கையொப்பமிடுவது
முதல் கவலையாயிருக்கும்

அன்னியர் முன்
அழுதுவிடாமலிருக்க
அதிகபட்ச அமைதியுடன்

பாழ் மண்டபமொன்றின் வரைபடம்   கே. ஸ்டாலின்

எதிர்கொள்ள வேண்டும்
ஆட்கள் மூலம்
வந்து சேரும் செய்தியை

மனிதர்கள் கடந்து
காற்று வழி வந்து சேரும்
மரணச் செய்தியை
செரித்துக் கொள்ள
அவகாசமளிக்கும்
நீண்ட பயணம்

என்றாலும்-
இறந்தவரின்
கடைசி மூச்சை சுவாசித்தபடி
தனித்த அறையில் பெருத்த அலறலுடன்
மரணமுற்றவரிடமிருந்தே
மரணச் செய்தியை
அறிந்துகொள்ளும்
துர்பாக்கியம்
வாய்க்காதிருக்க வேண்டும்
எவருக்கும்.

(சுந்தர சுகன்)

பாழ் மண்டபமொன்றின் வரைபடம்　　　　கே. ஸ்டாலின்

காத்திருக்கும் கடவுள்

எந்த வேண்டுதலுமின்றி
அனிச்சையாய்க் குவியும்
சாமி கண்ட குழந்தையின்
மூடிய விரல்கள்
பிரிக்கப்படும் கணங்கள் தோறும்
வேண்டிய வரங்களைக்
கேட்டுப் பெறுவதெற்கென
காத்துக் கிடக்கிறார்
கர்ப்பகிரகங்கள் தோறும்
கடவுள்.

(ஆனந்த விகடன்)

பாழ் மண்டபமொன்றின் வரைபடம்   கே. ஸ்டாலின்

$(a+b)^2 \neq a^2 + 2ab + b^2$

உனது பார்வை
மெல்லிய பட்டுத்துணியொன்றை
என் மீது போர்த்துகிறது
என் தேகம் தொட்டதும்
உயிர்த்தெழும்
பட்டுப் புழுக்கள்
நெளிந்து நெளிந்து
உனது செய்திகளை
எனக்குள் கடத்துகின்றன
அதன்பின்
உனக்கான பதில்களைச்
சுமந்தபடி
எங்கும் பரவுகிறது
என்னுள்ளிருந்தெழும்
மல்பரி வாசம்

பாழ் மண்டபமொன்றின் வரைபடம்   கே. ஸ்டாலின்

புழுக்கள் புரோட்டீன்களாலானவை
என்ற அறிவியல் உண்மையைப்
பொய்ப்பித்து
உனது கெட்ட செய்திகளை
எனக்குள் விஷமெனப்
பாய்ச்சியபடியிருக்கும்
பட்டுப் புழுக்களை
திரும்பப் பெற
உனது இதழ் குவித்து
ஒற்றை முத்தமிடுவாயெனில்
பட்டுத்துணி விலக்கிப்
பெற்றுக்கொள்வேன்
அதன்பின்
பட்டுப் புழுக்கள் இறந்து கிடக்கும்
எனது தோட்டத்தின்
அடர் மழை நாளொன்றில்
எனது உள்ளங்கை ஏந்தி
மழை தொடுவேன்
எங்கோ அதே மழையில்
நனைந்துகொண்டிருக்கும் உனக்கு
எனது கரங்களின் கதகதப்பை
இந்த மழை
கடத்தவில்லையெனில்
இந்த மழையை
ஒரு குறை கடத்தி என்பேன்.

பாழ் மண்டபமொன்றின் வரைபடம்   கே. ஸ்டாலின்

இரண்டு தலைமுறை வீடு
இடிக்கப்பட்டது நேற்று
இதுவரை வீடென அடைபட்டிருந்த
வெற்று வெளியில் அமர்ந்துகொண்டு
புது வீடு தனக்குத்தானென
சொல்லியபடி
தனது பிஞ்சு விரல்களால்
எஞ்சிய மண் கட்டிகளை
இடித்துக் கொண்டிருக்கிறாள்
என் மகள்.
இதுவரை சுவரென
இறுகிக் போயிருந்த
தலைமுறை ரகசியங்களெல்லாம்
செவி தேடி
மெல்லக் கரைகின்றன காற்றில்.

பாழ் மண்டபமொன்றின் வரைபடம் .   கே. ஸ்டாலின்

தலைக் காயத்திலிருந்து
வழியும் உதிரமென
முகம் நனைக்கின்றன
உன் பிரியங்கள்
பாதுகாப்பெனக் கருதி
விழிகளை மூடிக்கொண்ட பின்னரும்
உதடுகளில் பட்டுக்
கரிக்கிறது
அதன் உதிரச் சுவை.

பாழ் மண்டபமொன்றின் வரைபடம்　　　　கே. ஸ்டாலின்

புதிர்ப்பாதையொன்றின் முடிவற்ற வெளி

பிரிக்கப்படாத பரிசுப் பொருள் போல
ஆச்சர்யங்களை உள்ளடக்கி
அமர்ந்திருக்கிறாய்
அப்போதுதான் வெட்டியெடுக்கப்பட்ட
குழந்தையின் ஓர் உறுப்போ
அல்லது-
அரிதாய்ப் பூக்கும்
மலரொன்றின் மெல்லிதழோ
உன்னிலிருந்து எந்நேரமும்
வெளிப்படலாமென்ற
இருமுனை சாத்தியங்களில்
யாதொன்றையும் நிராகரிக்காமல்

பாழ் மண்டபமொன்றின் வரைபடம்   கே. ஸ்டாலின்

வாழ்த்து எழுதிய
வண்ணக் காகிதமென
உன் மேல் பூசப்பட்டுள்ளது
உன் வனப்பு
மழை பொய்த்த காலங்களில்
துருப்பிடித்த கம்பிகளுடன்
வெய்யிலின் வீதிகளில் அலையும்
குடை பழுது பார்ப்பவன் போல
உனது அன்பு தீர்ந்த கலயங்களில்
ஒன்றைச் சுமந்தலைகிறேன்
ஒலிபுகா கண்ணாடியின்
பின்புறமிருந்து
வெறும் உதடுகளை மட்டும்
அசைக்கிறாய்
நாமறிவோம்-
நமக்கிடையே
இயக்கம் கொண்டிருக்கும்
காற்றின்
எம் மூலக்கூறிலும்
புதைந்திருக்கவில்லை
நமக்கான பதில்.

(உயிர்மை)

பாழ் மண்டபமொன்றின் வரைபடம்   கே. ஸ்டாலின்

ஒரு குழந்தையைப்போல
அணுக வேண்டியுள்ளது உன்னை

வெகு சிரத்தையுடன்
நான் செய்யும்
எந்தச் செயலைவிடவும்
எனைச் சுற்றி நிகழும்
சாதாரண நிகழ்வுகளால்
வசீகரிக்கப்படுகிறாய் நீ

உயிருள்ள ஜீவன்களை
உலவ விடுகிறேன்
உன் முன்னே

பாழ் மண்டபமொன்றின் வரைபடம்   கே. ஸ்டாலின்

பொம்மைகள் நிரம்பிய
அலமாரியில்
லயித்திருக்கிறாய் நீ

காற்றாடி கண்டு
அதிசயித்துக் கொண்டிருக்கும்
உன்னிடம்
காற்றைப் பற்றிப்
பேசிக்கொண்டிருக்கிறேன்

ஒரு பலூன் வியாபாரியின்
லாவகம் எனக்கும் வசமாகும்போது
எனக்குள் நீ
சம்பவிக்கக்கூடும்

அதுவரை-
அன்னியர் கண்டு
அம்மாவின் பின்
மெல்ல ஒதுங்கும்
குழந்தை போல்
விலகியிருக்கும்
என் காதல்.

பாழ் மண்டபமொன்றின் வரைபடம்   கே. ஸ்டாலின்

பின் சூழலும் உலகம்

காற்றின் எதிர் திசையில்
நடந்து செல்கிறாள்
சற்று தூரத்தில் ஒரு பெண்
படபடத்தபடி
பின்னாலேயே பயணிக்கிறது
அவளது புடவை நுனி.

இப்பிரபஞ்சத்தை சிநேகிக்க
ஒரு பெண்-
அவளின் புடவை நுனி-
கொஞ்சம் எதிர்காற்று-
இவைமட்டுமே
போதுமென்றாகிவிட்ட பிறகு
அவளின் முகத்தைப்
பார்க்க வேண்டுமெனத்
தோன்றவில்லையெனக்கு.

பெரு மழைக்குத் தயாராகும்
இருள் சூழும் மாலை
வெறுமை நோக்கி விரையும்
பேருந்து நிலையமொன்றில்
எதிர்ப்படும் எல்லோர் முகங்களிலும்
தன் ஊர்க்காரரை இனம் தேடி
சலிக்கிறான்-
இலவச பேருந்தைத் தவறவிட்ட
கையில் காசற்ற
பள்ளிச் சிறுவன்.

(ஆனந்த விகடன்)

பாழ் மண்டபமொன்றின் வரைபடம்   கே. ஸ்டாலின்

நித்தமும் நான்
பயணிக்கும்
பேருந்தின் ஜன்னல்களெங்கும்
உனது அன்பெனும் காற்று
தழுவிச் செல்லும் போதெல்லாம்
மரங்களின் மீது
வெய்யிலெனக் காய்ந்தபடி
பின்னகர்கிறது
எனது காதல்.

பாழ் மண்டபமொன்றின் வரைபடம்   கே. ஸ்டாலின்

மறுவீடு

திரைச்சீலைகள் போல்
மழைத் தாரைகள்
விலக்கி வந்து
காத்திருக்கிறாய்
ஒரு குளிர்போல.

வனம் நுழைந்து
மீளும் என்
பயணத்தின் இறுதியாய்
வழி தவறியேனும்
வந்து சேர்ந்துவிடுகிறேன்
உன் இருப்பிடம்

அதன்பின்
மழையின் இருண்மை குறித்து
நீயும்
வனத்தின் குளுமை பற்றி
நானும்
பேசிக் களித்து
விடைபெறும் வேளையில்

இருவரும்
அமர்ந்திருக்கிறோம்
பெருமழை பொழியும்
அடர்வனமொன்றில்.

(புதிய பார்வை)

பாழ் மண்டபமொன்றின் வரைபடம்   கே. ஸ்டாலின்

நீங்களும் எனது ரோஜாக்களும்

மழையில் நனைந்த
ரோஜாக்கள் சில
என்னிடமிருக்கின்றன
பனிசுமந்த ரோஜாக்களை விடவும்
மழை நனைத்த ரோஜாக்கள்
வசீகரமானவை
அவற்றை நீங்கள் பெறவேண்டுமெனில்

பாழ் மண்டபமொன்றின் வரைபடம்   கே. ஸ்டாலின்

1) அதன் மென்மைக்கு
   ஈடானதொரு பொருளைக்
   கொண்டுவர வேண்டும்

2) கை மாற்றிக் கொள்ளும்போது
   லாகவமாய்ப் பெற்றுக் கொள்ளத்
   தெரிந்திருக்க வேண்டும்
   இல்லையெனில்
   உதிரம் பூசிய ரோஜாக்கள்
   காணச் சகிப்பதில்லை

3) மற்ற பூக்கள் மதிப்பிழக்காமலிருக்க
   இதனுடன் சேர்த்து
   வேறெந்தப் பூவையும்
   சூடுவதைத் தவிர்க்க
   உறுதிகூறவேண்டும்

4) ஏமாந்து திரும்பும்
   என் தோட்டத்து
   வண்ணத்துப் பூச்சிகளுக்கும்
   ரோஜாவைப் பறிக்காமல் விட்டால்
   காய்க்காதா எனக்கேட்கும்
   என் குழந்தைக்கும்
   உங்களால் பதிலளிக்க முடியுமெனில்
   சந்தோஷம்

பாழ் மண்டபமொன்றின் வரைபடம்   கே. ஸ்டாலின்

5) இவையேதுமின்றி
   அப்போதுதான் முழுகிய தலையுடனும்
   தளர்ந்த கூந்தலுடனும்
   பின்புற ஈரத்துடனும்
   நீங்கள் வருவீர்களெனில்
   ரோஜாக்களைவிட
   வசீகரமானவர்களாகிவிடுவீர்கள்
   அப்போது
   அந்த ரோஜாக்களை நீங்கள்
   இலவசமாகப் பெற்றுச் செல்லலாம்.

(தீராநதி)

பாழ் மண்டபமொன்றின் வரைபடம்   கே. ஸ்டாலின்

சற்றைக்கு முன்தான்
தூக்கிச் செல்லப்பட்ட
பிணத்தை சுமந்திருந்த கட்டில்
கழுவப்படும் முன்
இறுதியாய் சுவாசித்துக் கொள்கிறது
இறந்தவனின் வாசனையை.

(தீராநதி)

பாழ் மண்டபமொன்றின் வரைபடம்   கே. ஸ்டாலின்

வசந்தத்தின்
தளர்ந்த பிடியிலிருந்து
தன்னை விடுவித்துக் கொண்ட
பழுத்த இலையொன்று
எத்தனையாவது சுற்றில்
பூமியை வந்தடைகிறது
என்பதாய் உணரப்படுகிறது
காற்றின் இருப்பு.

(தீராநதி)

பாழ் மண்டபமொன்றின் வரைபடம்   கே. ஸ்டாலின்

கோடை என்பது குற்றமல்ல

எல்லா வெளியூர்ப் பேருந்துகளும்
புதிய ஊர்களை
விழி விரிய பார்த்தபடி செல்லும்
ஒரேயொரு குழந்தையையாவது
சுமந்து செல்கின்றன

ஜன்னல் வழி நீட்டப்படும்
வெள்ளரிப் பிஞ்சு, இளநீர்
பனங்காய்களை விடவும்
பேருந்திற்குள் நிகழும்
குழந்தைகளின்
வார்த்தை விளையாட்டு
வெம்மையான பயணத்தை
விருப்பமுடையதாக்குகிறது
குழந்தைகளின் குதூகலத்தில்
நிரம்பி வழியும்
பாட்டி வீடுகளின்
முற்றங்கள் மட்டும்
கோடையின் முதல் மழை

பாழ் மண்டபமொன்றின் வரைபடம்   கே. ஸ்டாலின்

வரும் முன்பாகவே தணிகிறது
கடைசி மீன் குஞ்சுகளையும்
வாத்துகளுக்குத் தின்னக் கொடுத்து
வற்றிய ஏரிகள் எல்லாம்
சிறுவர்களை சுவீகரித்துக் கொள்ள
வெறிச்சோடிய
பள்ளி வளாகங்கள்
மௌனத்தைப் பயில்கின்றன

மழை வேண்டி
கூழ் ஊற்றச் செல்லும்
இளம்பெண்களில் ஒருத்தியாவது
திருவிழா சந்தடியில்
ஒவ்வொரு ஆண்டும்
காதல் வயப்படுகிறாள்
எல்லா கிராமத்திலும்.
இதற்காகவேனும்
பூமிக்கு மிக அருகில்
அடிக்கடி வரவேண்டும் சூரியன்.

(தீராநதி)

பாழ் மண்டபமொன்றின் வரைபடம்   கே. ஸ்டாலின்

நீயும் நானும் முரண்படும் தருணமொன்றில்

இரையாகப் போகும் பறவையொன்று
இரை தேடி
குஞ்சுகள் விட்டகலுகிறது

வாகனங்களற்ற பொழுதுகளில்
பாம்பொன்று பத்திரமாய்
நெடுஞ்சாலை கடக்கிறது
தேவதைக் கனவுகளில்
சிரித்தபடியுறங்கும்
குழந்தையொன்றின்
தங்கச் சங்கிலி
களவாடப்படுகிறது

<small>பாழ் மண்டபமொன்றின் வரைபடம்</small> கே. ஸ்டாலின்

விஷம் உண்ட குடும்பத்தில்
எல்லோரும் இறக்க
ஒரேயொரு சிறுமி மட்டும்
காப்பாற்றப்பட்டு
அனாதையாக்கப்படுகிறாள்

மரணமும் ஜனனமும்
ஒருங்கே நிகழ
கன்றொன்று
இறந்தே ஈனப்படுகிறது

நீ-
முரண்படும் தருணமதில்
எல்லாமும் நிகழ்கிறது
அல்லது
எதுவுமே நிகழாமல் போகிறது.

(தீராநதி)

பாழ் மண்டபமொன்றின் வரைபடம்   கே. ஸ்டாலின்

நீயிருக்கும் நகரம்

வரைபடத்தில்
சிறு புள்ளியென
குறிக்கப்பட்டுள்ளது
நீயிருக்கும் நகரம்

ஆறுகளும்
பள்ளத் தாக்குகளும்
கடலும் காடுகளும்
வெவ்வேறு வண்ணத்திலிருக்க
இவை யாவும்
இணைந்திருக்கும் உன்னை
வெண்பரப்பெனக் காட்டுகிறது
வரைபடம்

நீயிருக்கும் நகரத்தின் சிறப்பு
நீயிருப்பதென்பது

உன் வீதி வழி
உள்நுழைந்து திரும்பும் காற்று
உதிர்ந்த உன் தலைமுடியை
மற்றெல்லா வீதிகளுக்கும் கடத்தி
நகர் முழுக்க
சாத்தியமாக்குகிறது
உன் இருப்பை
சதா சர்வ காலமும்

பாழ் மண்டபமொன்றின் வரைபடம்   கே. ஸ்டாலின்

உன்னைப் பார்த்தபடியிருக்கும்
உன் நகரத்து வானம்
நீயுறங்கும் வேளையில்
துக்கம் தாளாமல்
உதிர்த்து விடுகிறது
சில நட்சத்திரங்களை

நீ நகர் நீங்கும் வேளைகளில்
கவியும்
முடியாத பகல்களும்
விடியாத இரவுகளும்
அலைக்கழிக்கின்றன
நகரத்தின் பறவைகளை

காலமற்ற காலமதில்
பொழியப் போகும்
பெருமழையொன்றில்
உனது காலடித் தடங்களை
கழிவுநீர்க் கால்வாய்களுக்குக்
கடத்தும் இந்நகரம்
உனது சாயலில்
வேறு யாரையேனும்
காணும் வரை
உன் நினைவற்றிருக்கும்.

(தீராநதி)

பாழ் மண்டபமொன்றின் வரைபடம்   கே. ஸ்டாலின்

தனிமை

மரத்தடியில் விளையாடிய
சிறுவர்கள்
வீடு திரும்பினர்
வீடு திரும்புதலென்பது
விளையாட்டின்
எந்த விதிகளுக்குட்பட்டதென்ற
விளங்காத குழப்பத்தில்
வெயிலை வெறித்தபடியுள்ளது
நிழல் மட்டும் தனித்து

வளர்ந்த குழந்தைகளை
பார்த்தபடியிருக்கும்
உடைந்த பொம்மைகளின்
இமையா விழிகளில்
உறைந்திருக்கும்
உலகத்துத் தனிமையின்
உச்சபட்ச அவஸ்தை.

(தீம்தரிகிட)

பாழ் மண்டபமொன்றின் வரைபடம்   கே. ஸ்டாலின்

ஒலி ரூபம் உன் உருவம்

தொலைபேசியில் மட்டுமே உன்னை
தொடர்பு கொள்ளமுடியும்
என்றாகிவிட்ட பிறகு
எண்ணற்ற பாதைகள்
திறந்துகொள்ள
திசைகளற்ற திசையொன்றில்
வீற்றிருக்கிறது உனதில்லம்

உனது தொலைபேசியின்
மணியொலிப்பதற்கும்
நீ எடுப்பதற்குமான
சொற்ப இடைவெளியில்
ஆழ்ந்த பள்ளத்தாக்கு ஒன்றில்
பயணித்துத் திரும்புகிறேன்

உனது அண்மையுணர
போதுமென்றாகிறது
எனது குரலைத் தழுவியபடி
தொலைபேசியின்
சுருள் இணைப்பை
வருடிக்கொண்டிருக்கும்
உனது விரல்கள்

பாழ் மண்டபமொன்றின் வரைபடம்   கே. ஸ்டாலின்

செவி வழி நான் உணரும்
உனது முகமற்ற முத்தத்தில்
உயிர்வழி உள்ளிறங்குகிறது
உனது ஒலி வடிவ உதடுகள்

தெருமுனையின் இரு தொலைபேசி
அழைப்பகங்களுக்கிடையே
குறுகிய தொலைவில்
வாழ்ந்து மரிக்கிறது
அற்ப ஆயுளுடன்
நமது ஊடல்

உனது பெயருக்குரிய வசீகரம்
ஒரு சில எண்களுக்குக்
கடத்தப்பட்ட விதம் குறித்த
விலகாத வியப்புடன்தான்
ஒவ்வொரு முறையும்
தொலைபேசியை
வைக்கிறேன்.

(தீம்தரிகிட)

பாழ் மண்டபமொன்றின் வரைபடம்   கே. ஸ்டாலின்

தேயா இரவு

முழு நிலவை தரிசித்தபடி
கிடத்தப்பட்டிருக்கிறது உனது உடல்
வாழ்க்கையின் விசித்திரங்களைக்
கேலி செய்யும்
பைத்தியமொன்றின் நடனமென
உனதுடலைக் கடந்து போகின்றன
வெவ்வேறு வடிவிலான
வெண்மேக பிம்பங்கள்
நீண்ட யுகத்தின்
ஒற்றை வினாடியென
ஊர்ந்து செல்கிறது
பிணத்துடனான இவ்விரவு

பாழ் மண்டபமொன்றின் வரைபடம்   கே. ஸ்டாலின்

நாளை உனைத் தேடியலையும்
உன் முற்றத்து வெயிலிடம்
சொல்லிக் கொள்வதெற்கென
உனது பெருமை பேசிக்கொண்டிருக்கும்
எங்கள் குரல்களைப்
பதிவு செய்துகொள்கிறது
இக் குளிர் காற்று
உனது காலடியில் புகையும்
வத்தியின் வாசனையில்
மயங்கிக்கிடக்கும் தெரு நாய்க்கு
வாய்க்கிறது ஒரு சுகந்தமான இரவு
அடக்கம் செய்த பின்
ஆளுக்கொரு திசையென
பிரிந்து செல்லும் எங்களிடம்
நிரந்தரமாக உனது
நினைவுகளைப் பகிர்ந்துகொள்ளவென
நிலவொன்றை விட்டுச் செல்கிறாய்
பௌர்ணமியன்று இறந்த நீ

(ஆனந்த விகடன்)

பாழ் மண்டபமொன்றின் வரைபடம்   கே. ஸ்டாலின்

வாழ்ந்து தீரா பால்யம்

சப்தித்துத் தீரா
ஒலிகள் உறையும் கொலுசுகளணிந்து
உறங்குகிறாள் குட்டி தேவதை
தூங்கியது தெரியாமல்
நான் சொல்லி அவள் கேளா
பாம்புக் கதைகள்
அறை முழுதும் நெளிகின்றன
அவள் விழிப்பை யாசித்தபடி
அவள் ஆடித்தீரா
விளையாட்டுக்களால் நிரம்பியுள்ளன
காலியான சொப்புப் பாத்திரங்கள்
நான் வாழ்ந்து தீரா
பால்யத்தின் பக்கங்களில்
ஒரு மரப்பாச்சி பொம்மையென
அவளைச் சுமந்து திரிகிறேன்
நான் விடையளித்துத் தீரா
வினாக்களை
முணுமுணுத்தபடியிருக்கின்றன
உறங்கும் அவளது உதடுகள்
twenty one
twenty two
....
....
twenty eight
twenty nine
twenty ten தானேப்பா?

(ஆனந்த விகடன்)

பாழ் மண்டபமொன்றின் வரைபடம் கே. ஸ்டாலின்

வன போதை

வனம் கடக்கும் நெடுஞ்சாலையோரம்
இருசக்கர வாகனம் நிறுத்தி
மதுவருந்தும் இருவருக்கு
முல்லைத்திணை என்பது
மதுவும் மது சார்ந்த இடமும் என்றாகிறது

மாமிசத்துடன் சேர்த்து
பரிமாறிக் கொள்ளப்படும்
பழைய காதலியை பார்த்துவந்த
அனுபவமொன்றோ
ஒரு வன்புணர்ச்சியோ அல்லது
பொருந்தாக் காமமோ
கானகத்தின் அடரிருளில்
ரகசியமென ஒளிகிறது

   பாழ் மண்டபமொன்றின் வரைபடம்   கே. ஸ்டாலின்

கூடடையும் பறவைகள்
சற்றே சலனமுற
உசுப்பிய இருசக்கர வாகனம்
வனம் கடக்கும் வேளை
உருண்டோடிய
பிளாஸ்டிக் குவளையிலிருந்து
கடைசி சொட்டு மதுவும்
வனம் நனைத்தது

போதையுண்ட காற்று
வனமசைத்தது
நேர்த்திக் கடனென
சாராயம் படைக்கப்பட்டு
வெகுநாளான சாமியொன்று
வனத்தின் நடுவே
ஒரேயொரு முறை
இமைத்து மூடியது.

(ஆனந்த விகடன்)

◈

தண்ணீரில் நனைத்து
நேற்று எழுதிய
ஒன்-டூ-த்ரீயை
அழிக்க முயற்சித்துத் தோற்று
அழிந்தும்
அழியாப் பலகையில்
அவள் எழுதிய
அணில் - ஆடு - இலை - ஈ - யாவும்
பல்கிப் பெருகி
அறை நிறைத்தது
அவள் உறக்கத்தில்.

◈

அப்பாவின் டெய்லர்

அளவு சட்டையெல்லாம் வேண்டாம்
துணியை மட்டும்
கொடுத்துட்டு வா - என்பார் அப்பா
காதிலிருக்கும் பேனாவால்
புதுத்துணியின் மூலையொன்றின்
கைகள் தோள்பட்டை
உடலின் அளவுகளைக்
மனப்பாடமாய் எழுதுவார்
அப்பாவின் பிரத்யேக டெய்லர்

பாழ் மண்டபமொன்றின் வரைபடம்   கே. ஸ்டாலின்

ஆயத்த ஆடைகள்
அறிமுகம் ஆகும் முன்னர்
உள் பாக்கெட் வைக்காமல்
இவர் தைத்த உடைகளை
சிறுவயதில்
அணியாமலேயே
அடம் பிடித்திருக்கிறேன் நான்
விபத்தொன்றில்
உடல் நசுங்கி அப்பா இறக்க
அடையாளம் காட்டியது
காலருக்கு பின்னிருந்த
எஸ்கே என்ற குறியீடு தான்
பெரிதாக்கப்பட்ட முகத்தையே
சில ஆண்டுகளாய்
நாங்கள் பார்த்து கொண்டிருக்க
இன்னமும்
இவர் நினைவுகளில்
வாழ்ந்து கொண்டிருக்ககூடும்
அதே நீள அகலங்களுடன் அப்பா.
(செல்வராஜீ-க்கு)

(அகநாழிகை)

◈